கிடைக்கூலி

Published By

Kidaikooli

Edited By Harini

Published by: Poetry World Org.

Publisher's Address: Haryana

Printed under PWO in India

Edition : I (2022)

ISBN (Paperback) - 9789392507113

Book Design by POETRY WORLD

Copyright © Harini

POETRY WORLD ORG 2022

கிடைக்கூடலி

தொகுப்பாளர்

ப.ஹரிணி (கவியின் காதலி)

பதிப்புரை

பல இடங்களில் கண்களைப் பதப்படுத்தி இதயத்தனைப் பக்குவப்படுத்தும் காட்சிகளைப் பார்ப்பது அரிதாகிவிட்டது. மாயக் காட்சி தான் காட்டப்படுகிறது. ஆனால், கிடைக்கூலி என்னும் புத்தகத்தில் ஒரு யதார்த்த உலகத்தைப் பற்றி கூறுகிறது.

அறுவடை முடிந்த பின் அடுத்த சாகுபடிக்கு முன்னதாக, வயலைக் கொஞ்ச காலம் காற்றாடப் போட்டு வைக்கும்போது, அந்த நிலத்தில் ஆடு கிடை போட்டால் வயலுக்குச் சத்தான உரம் கிடைக்கும், மண் வளமும் மேம்படும். அதுவே கிடை கட்டு என்பதன் பொருள்.

கிடை கட்டும் ஆட்டுக்காரர்களின் மனநிலை, தன் வயிறு காய்ந்தாலும் கூட ஆடுகள் எப்போதும் நிறைந்திருக்க வேண்டும் என்ற மனநிலை, ஊருக்குள் வரும்போது மசால் அரைக்க ஒவ்வொரு வீட்டிற்கு கெஞ்சிக் கேட்டும் பரிதாப நிலை, இடர்பாடுகள் நிறைந்த வாழ்க்கை, கிடைக்கூலி தராமல் ஏமாற்றும் பணத்திமிர் பிடித்த பிறவிகள், பொதுபடை தேவை அறியாமல், கல்வி அறிவு இல்லாமல், உலக நடைமுறை தெரியாமல் வெறும் ஜடங்களாய் வாழும் இம்மக்களைப் பற்றியதாகும்.

இத்தகைய பாமர மக்கள் வாழ்க்கையினில் எதேனும் மாற்றங்கள் பெறவே, இத்தொகுப்பு எழுதப்பட்டது. இந்நூல் சிறப்பாக வரவேற்கப்படும் என்று எதிர்பார்க்கிறோம்.

தொகுப்பாளர்

இவரது பெயர் ப.ஹரிணி. டோக் பெருமாட்டி கல்லூரியில் இளநிலைப் பட்டம் படித்து வருகிறார். தமிழ் மீது அதீத ஆர்வமும் மதிப்பும் கொண்டுள்ளார். அதுவே இவரைக் கவி எழுதத் தூண்டியது.இவருக்கு கவி மட்டுமே தனிமையின் மருந்தாகும். இவர் கதைகள் எழுதுவதில் ஆர்வம் கொண்டவர். புதிது புதிதாய் இயற்றி மகிழ்ச்சி அடைவார். இவருக்கு பட்டிமன்றம் மிகவும் பிடித்த நிகழ்ச்சி. பட்டிமன்றப் பேச்சினைக் கவனிக்க ஆர்வம் கொண்டுள்ளார். அவர் தனது பதினாறாம் வயதில் இருந்து கவியினை எழுதத் தொடங்கினார். பெரிய அளவில் எழுதாவிட்டாலும், இவரது படவரியால் பல விடயங்கள் கற்று, வெவ்வேறு நடையில் எழுதத் தொடங்கினார். மேலும்,தமிழின் நுணுக்கத்தினையும் உள்ளுணர்விணையும் ஓய்வில்லாமல் கற்றுக் கொள்வதே இவரது பேராசை ஆகும்.

கீதாரிகள்

அறுவடைந்த காடா
இடையரின் அரைஞாண் வயிற்றிக்குக் கஞ்சியோ?
மழையேதும் பெய்தால்
குளமாகும் அக்கரிசல் மண்ணின் குடிசை!
வியப்பொன்று அல்லாமல்
மந்தையோடு மந்தமாக
காலமெல்லாம் நகர்வதுமாயின்!

ஆறேழு ஆடுகள்
வளமென கருத்தும் கிடைக்கூலியர்கள்!
காடு காடாய் கிடைக்கட்டியும்
கிட்டும் கூலியோ ஒன்றரை ரூபாய் மட்டும்!

உடுத்திய உடையெல்லாம் சுறுங்கிய நூலும் தோளுமாகி
கிட்டியதை உடலுக்கு உறை ஆக்கும் கொத்தடிமைகள்!
நினது நிரல்
கோவணமும் ஒத்த குச்சியும் தானோ?

ஒட்டிய தோளும்
ஒழுகும் குடிசையும்
கிடப்பில் ஆடும்
காவலாக இவனும்
இடைக் கஞ்சியும்
இடர்படும் கூலியும்
இதுவோ இப்பாமரனின் நிரந்திரம்?

ப.ஹரிணி (கவியின் காதலி)

உள்ளடக்கம்

யார் நாங்கள்?

இன்றைய உணவு - நேற்றைய கனவு

நாளைய உணவு - கேள்வியாகும் நினைவு

எங்களை அண்டி அவர்கள்

அவர்களை அண்டி நாங்கள்

அறுவடை முடிந்ததும் ஆரம்பிக்கும் எங்கள் தேவை

அழைப்போர் யார் என அறிந்து தொடங்கும் எங்கள்

சேவை

உரம் இட்டால் உடலுக்குத் தீங்கு என - எங்கள்

செல்வங்களை

அழைத்து - அவர்தம் வயலுக்கு இயற்கை உரம் இடச்

சொல்வர்

ஒரிடம் இருந்து - வேறிடம் மாறி, ஓயாது நடந்து

கால்கள் தேய - செல்வங்கள் மேய

அவர்களை பாதுகாத்து ஒன்றோடு ஒன்றாகி

உலகம் உய்ய உணவு விளைவிக்கும் உழவனுக்கு

உற்ற தோழனாகி, அவர் கொடுக்கும் உணவில் பசியாறி

உழவர் திருநாளில் எங்களுக்குக் கிடைக்கும் நன்றியே!

க. இரத்தினக் குமார்

இழப்பதே வாழ்க்கையை

விவசாயமும் மடிந்து போன ஏக்கத்தில் விவசாயும்
மரணத்தையே தேடுகிறது

ஆடுகளுக்கு உயிர் குடுத்தே
நாங்கள் வாழும் நாட்கள் வருமென்று நினைக்கவில்லை

வெயிலில் மழை பாராமல் தான் பசி மறந்து
ஆடுகளுக்கு உணவு தந்து பசியில் கிடந்தோம்
பிள்ளைகளின் கல்வியை இழப்பதை விட வேற ஓர்
நரகம் இல்லை
வறுமையின் நிலையால் அதையும் இழந்தோம்

ஆடு குடுத்த அரசாங்கம் வறுமையல் எங்கள் உயிர்
போன பின்பும் அனுதாபத்தை மட்டுமே தருகிறது

இயற்கையால் பாதி இழந்தோம் வறுமையல் மீதி
இழந்தோம்

இழப்பை தவிர எதையும் எங்கள் வாழ்வில் நாங்கள்
பெற்ற சொத்து எதுவுமில்லை!

அனிஷ்

ஆட்களும் ஆடுகளும்

பட்டினியில் அடைக்கப்பட்டு பாதுகாக்கப்படும் சிங்கம்,
இயற்கையினை இணைந்து வாழ்க்கையை நடத்தும்,
நாளும் வெயிலில் நடமாடும் ஆட்கள்,
தன் வேர்வையை வெயிலுக்கு பரிசளிக்கும் நண்பர்கள்,
தன் சிரமங்களை சீராக்கி சிகரத்தை அடைபவர்கள்,
சற்றும் சடைந்து கொள்ளாமல் புன்னகையை வெளி
காட்டும் உள்ளம் அது,
இடமோ இல்லமோ சிறிது என்றாலும் உள்ளம்
கடலளவு,
கையில் காசு இல்லை என்றாலும் மகிழ்ச்சி எப்போதும்
கண்ணில் வெளிப்படும்,
'விலங்குகளோடு' எப்போதும் விளையாடும் குழந்தை
உள்ளம் அவர்கள்,
நேசிப்பது குடும்ப உயிர்களாக இருந்தாலும்
சுவாசிப்பதை ""விலங்கின் உயிர்களை"" தான்,
புல்லை உணவாய் உண்டு பின் புயலாய் வளரும்
விலங்குகள்,
உயிர்களை நோய் வராமல் பார்த்துக் கொள்ளும் அன்பு
உள்ளம் கொண்டவர்கள்,
வாழ்க்கையை நகர்த்த மட்டுமல்ல
வாழ்க்கையைக்கூட கற்றுக் கொடுக்கும்
"ஆடு மேய்த்தல்"
நம்மிடம் அன்பு காட்ட உயில் ஆட்கள்
தேவையில்லை உயிர்கள் இருந்தால் போதும்...!

மு.காமாட்சி முத்துராமன்

கரிசல் காட்டு ஆடு மேய்க்கி...

கரிசல் காட்டு மண்ணு பறக்குது

    அங்கு அவன் சந்தோஷத்தையும் சேர்த்து!

விடிந்ததும் தொடர்ந்ததாம்

    ஆட்டோடு அவன் பயணம்!

உச்சி வெளுத்த போதும்,

    உருப்படியாய் ஒன்றும் மேய்ந்த பாடில்லை!

ஆடெல்லாம் தண்ணீருக்கு தவிக்க

    அவனுக்கும் தாகம் தாங்கல!

உண்ட சோறையெல்லாம் உறிஞ்சிய

    சூரியனுக்கு அவன் மேலென்ன கோபமோ!

கொஞ்ச நேர நிழல் போதுமே

    அவன் மயக்கம் தெளிந்து கொள்ள!

அறுந்து போன ஒரு காலணி

    இதை வைத்து இன்னும் எவ்வளவு தூரமோ!

மழையேதும் வந்து கால் சூட்டை தணிக்காதோ,,

    இந்த கரிசல் காட்டு ஆடு மேய்க்கியின் அவல

நிலை பார்த்து

                         கள்ளியின் கிறுக்கல் நர்மதா.சு

அவர்களின் நிலை

மானுடனாய் பிறந்த அவர்களுக்கும் மனம் உண்டு,
மற்ற மானுட பிறவிகள் காட்டாத
மற்றற்ற அன்பையும் மாடுகளும்,
ஆடுகளும், வாத்துக்களும் காட்டும்.

இருசக்கர வாகனம் தேவையில்லை.
பணம் கொடுத்து பேருந்தில் செல்ல தேவையில்லை.
மகிழுந்து தேவையில்லை.
தங்குவதற்கு ஐந்து நட்சத்திர விடுதி தேவையில்லை.
இவை எதுவும் தேவையில்லாமலே
ஊரு ஊராக சென்று இந்த
உலகத்தையே சுற்றி வருபவர்கள் அவர்கள்.

படிப்பறிவு அற்றவர்கள்.
பகட்டான வாழ்க்கையை விரும்பாதவர்கள்.
பளிச்சென்று உடை உடுத்தாதவர்கள்.

மழை அவர்களுக்கு தண்ணீர் குடுக்கும் குழாய்.
வெயிலே அவர்களுக்கு வெளிச்சம் தரும் மின்
விளக்கு.
இடியே அவர்களுக்கு ஆட்டம்
போடுவதற்கு ஏற்ற இசை மத்தாளம்.
மின்னலே அவர்களுக்கு
உற்சாகமூட்டும் வெடி வேடிக்கைக்காட்சி...

அவர்களின் அவல நிலையை
நினைத்தால் அழுகை வரும்,
ஆனால் அதனை பெரிதாக
எடுத்துக்கொள்ளாமல் வாழ்பவர்களே அவர்கள்

காவியதர்ஷினி. க

பாவக்கதைகள்

அடேய் கடவுளே!

ஏனடா உனக்கு இந்த மூர்க்கத்தனம்?

நாங்களும் மனிதன்தானே!

அவள், எனக்கு கருத்தரிக்காத பிள்ளையடா!

உருதெரியாமல் உருக்கிவிட்டனர்!

உனக்கு ஏன் இந்த பாரபட்சம்?

மக்களுக்குள் ஏன் இந்த பட்சாதாபம்?

சாகுபடி முடிந்ததும் என்

சந்ததி சந்தி சிரிக்கிறது!

கிடைக்கு "மரகதவல்லி" என்று உச்சிமுகர்ந்து

பெயரிட்டேன்

மஞ்சல் நீராட்டு விழா எல்லாம் கைகாசாய் போட்டு

கோலாகலாமாக

ஆசைஆசையாய் நடத்தி வைத்தேன்!

நடத்தி என்ன புண்ணியம்? நடுத்தெருவில்

நாதியில்லாமல்

நிற்கவைத்துவிட்டனர்!

இரையாக கிடைத்தால் மட்டும் பிரித்து

மேய்ந்துவிடுகின்றனர், கொலைகாரபாவிகள்!

பா.கவுசிகா (பார்கவி)

கிழவன் கிழவியும் கிடாவும்

பசியோடு கிடா மேய்க்கும் கிழவன்

ருசிப்பதேயில்லை கிடாக்கறியை...

ஆடு மேய்க்கும் கிழவிக்கு

தெரியும் தாய்மையின் அருமை

குருதியை கொடையாய் கொடுத்தவள்தானே அவளும்

ஆனாலும் அறுப்புக்கு வளர்க்கிறார்கள் ஆடுகளை

தான் பெற்ற பிள்ளைகளை ஆளாக்க....

இருவரும் நனைந்தபடி பேசிக்கொண்டே செல்கின்றனர்

வெரசா போலாம்

மழையில் நனைந்தால் ஆட்டுக்கு

காய்ச்சல் வருமென்று......

கவிஞர் பொறியாளன் ராம்

மேய்த்தலில் மேன்மை அடையாதவர்கள்

காடு மேடு கடந்து கால் வலியும் பாராமல் கடந்திடும்
பொழுதுகளும்...

உச்சி வெயிலில் உள்ளே கொட்டுகின்ற வேர்வை
துளிகளும்...

அடைமழையில் ஒதுங்கிட இடமில்லா
இடர்ப்பாடுகளும்...

கிடைக்குள்ளே கத்திடும் ஆட்டுக்குட்டிக்கு பின்னிய
கூடைக்குள்ளே அடைக்கலமாம்.!!

வடித்த கஞ்சியும் உறைந்து போய் கிடந்திடும்.!!

வடிந்த கண்ணீரும் குளமாய் தேங்கியே நிற்கிறது.!!

வாய்விட்டு கதறும் குழந்தையின் பசியும்
குறையவில்லை...

சேறும் சகதியும் நிறைந்த இடத்தில் நிறைவில்லா
உறக்கமாம்.!!

இருள் நிறைந்த இரவினை இருவிழி கொண்டு கடத்திட
துடிக்கின்றது மனமும்...

உறுதியோடு இருக்கிறார்கள் உயிர் உள்ளவரையிலும்
வாழ்வினை வாழ்ந்திடவே...

கு.ரமேஷ்குமார்

எங்கே சென்றாய்

ஆதவன் வரும் முன்னே

துயில் எல்லாம் தொலைத்து

தலையில் தலைப்பாகையுடன்

தண்ணீர் குடுவையை கையிலேந்தி

பிரம்பை எடுத்தபடி

உன் மருக்கைகளுடன் புறப்பட்டாய்...

உச்சி வெயில் தலைக்கேற

நிழல் தேடி ஒதுங்கினாய்

அசதியில் கண்ணார

ஈரைந்து குட்டியில்

எண்ணிக்கையில் ஒன்று குறைய

தேடித்தேடி அலைந்து

தன் பிள்ளையை தொலைத்தார் போல்

மனமுடைந்து வீடு திரும்பினாய்...

கீர்த்தனா அறிவழகன்

உன் பசி தீர்க்க

22

காலை எழுந்ததும்

ஆட்டுத் தொழுவத்தில் முகம் மலர்ந்து

கோவணத் துணியோடு

தலைக்கு எண்ணெய் வைக்காமல்

தோளில் துண்டுடன்

அண்ணாந்து பார்த்து

சூரியனை மணியாக கொண்டு

உச்சி வெயில் பாராமல்

வறண்ட பூமியில்

வாட்டி எடுக்கும் வெயிலில்

தன் பசி மறந்து

கால்நடைகளை பசியாற வைத்து

வறுமைக்கோட்டினிலும்

உள்ளம் மகிழ்ந்து வந்தான்

க.அறிவழகன்

மேய்பரின் கார் காலம்

காலை காடு செல்வேன்.

மேடு மலை எல்லாம் பயணம் செய்வேன்.

என் திங்கள் இல்லாமல் இவைகளுக்கான தழைகளை

தேடியே தீர்ந்துவிடுகிறது!!!!

சில நேரங்களில் மரத்தடியில்

களைபாரியபடியே களவாடபடுகிறது!!!

நகங்களுக்கு நடுவில் இவைகளை காக்கும் நாயகன்

நான்!!!

கார காலம் தொடங்கிவிட்டால்

கடும்பசியால் நாங்கள் இருப்பதை யாரறிவார்?

இவ்வாழ்விலிருந்து யார் வெளிச்சம் தருவார்?

எங்களுக்கு....!!!

யாமினி

விளிம்பு நிலை மக்கள்

இந்தியாவில் வறுமைக்கோட்டின்கண்

வாழும் கிராம மக்களின்

செல்வம் ஆடுகளே!

வாழ்வாதாரமாகத் திகழும்

அவைகளைப் பாரமரிப்பதில் பல

இன்னல் நிறைந்தே!

மழையும் சுட்டெரிக்கும் வெயிலும்

அவர்களின் வாழ்வில் ஒன்றே!

படிப்பறிவில்லாமல் கடைக் கோடியில்

வாழும் அவர்கள் நவீன உலகிற்கு

வெகு தொலைவில் உள்ளனரே!

அறிவாரோ!

க.க *(Kathiravan.R)*

இடையர் இடர்

இடை இடையே கிழிசல்கள்
இடையர்களின் ஆடைகளில்!
அவர்களின்
இடர்படிந்த வாழ்வாதாரம் போல!....

ஓட்டை கண்ட
ஓடமாக வாடிப்போன முகம்!
காட்டுமேட்டை கடந்து
பதமான பாதங்கள்!

கையிலே ஒரு குச்சி!
கொடிக்கு கிடைத்த
கொழுகொம்பு போல!
அவனின் வாழ்க்கை மேலெழ போராடும் ஆயுதம்!

பத்து நோட்டு கைக்கூலி
அதிலே எங்கே கிடைக்கப்போகிறது
ஏட்டுக்கல்வி!

பகட்டு வாழ்க்கைக்கு
பரிதாமாய் மக்களை வதைக்கும் காட்டு மிராண்டிகள்
மத்தியில்
இடையர் என்பதும்
இன்பமான தொழில் தான்!

பார்வையில் தாழ்த்தாதீர்கள்
உழைத்து தேயும்
கரங்களை!

ஆயிஷாஸித்தீக்கா

ஒரு கீதாரியின் கிடைக்காரர்களின் கதை

"வெயில், மழை, பனி, குளிர் பாராமல் அலையும்
ஆட்டுக்காரரின் முக்கிய கருவி தொரட்டி!

கிடைக்காவலில் நாய் குரைத்ததும் நரிகளையும்
திருடர்களையும் விரட்டி!

கிடைக்காவலுக்கு ஆட்களில்லை, மணமகள்
மணமகனின் தொரட்டிக்கு மாலையிட்டு மணம் முடித்து
மணவாளனுக்காக காத்திருக்கும் தொரட்டிக்காரனின்
பெண்டாட்டி!

தன் குடும்ப பிரிவிலும் தன் ஆடுகளின்
பாசப்பிணைப்பில் கிடைப்போட்டு கூலிக்காக
காத்திருக்கும் கிடைக்கார்கள்!

புலம்பெயர்ந்து கூட்டம் கூட்டமாக ஆடுகளை மேய்த்து
செல்லும்போது நம்மை உரமிட்டு வளம்பெறச்
செய்தார்களே என கவலை கொள்ளும் வயல்
நிலங்கள்!

காலணிகள் அணியாமல் நடந்தால் புல் முளைக்காது
என்று பாதைகள் அமைத்த ஞானிகள்!

குட்டிகளை கிடைத்தி அடைத்து வைக்க மூங்கிலால்
தானே தயாரித்த தட்டி கூடுகளை தலையில் சுமந்து
செல்லும் ஆட்டுக்காரர்கள்!

பின்னர் ஆடுகளை மேய்த்து ஒரு கலயம் கஞ்சி, ஆடு
இறந்தால் இறைச்சியில் அரைத்து விட்ட வற்றல்
சேர்த்து உப்புகண்டம் போட்டு வேடுகட்டி உண்பார்கள்!

ஆட்டுக்குடிகளுக்கு இரைதேடி மாலையில் தாயுடன்
குட்டியை சேர்த்து தாயும் சேயும் அரவணைப்பதை
கண்டு மகிழ்வார்கள்!
குளியல் முடித்து கிடைச்சோற்றயும் கத்திரிக்காய் கூட்டு
செய்து அனைத்து கிடைக்கார்களும்
விசாரித்துக்கொள்வார்கள்!

பனைமர ஓலையில் இரண்டடுக்கு பின்னி அந்த சிறகு
ஓலையில் அமர்ந்து தூக்கத்தை மறந்து மந்தையைக்
காக்க காவல்காரனாக இருப்பார்கள்!

வித்தாடு அருகும் செத்தாடு பலுக்கும் என்ற
பழமொழிக்கேற்ப வாழ்ந்து தன் கிடைக்கான
தினக்கூலிக்குப் பாடுபடும் கிடைக்கார்கள்!

ஜாய் கிறிஸ்ணா

(கிடை)க்(கட்டும்) ஆயனின் கூலி

ஆடையில்லாத அரைமனிதனாய்
அங்கும் இங்கும் அலையும் ஆயனுக்கு,
கிடைக்காத கூலிகளும்...
அடைக்கலமாய் அமர்ந்து கொண்டு
அசராமல் அழகாய் உழைப்பவனுக்கு
ஆடம்பரமாய் கிட்டுகிறது...
சம்பளமோடு கிம்பளமும்...

கால்களுக்கும் காலணி இல்லை...
இவரின் வாழ்க்கையும் அணியாய் இல்லை...

அடங்காமல் அல்லற்பட்டாலும்,
அரை ஜான் வயிற்றை, அரையளவும்
நிரப்ப முடிவதில்லை...

அடுக்கடுக்காய் அடுக்குமாடி கட்டும்
கொத்தனக்கும் கொத்தான கூலிகள்...
இதில் கொஞ்சமாவது ,
(கிடை)க்(கட்டும்) ஆயனுக்கு...

வாகனங்களை எல்லாம் வழிச்சாலையில்
வரிசையாக அனுப்புபவனுக்கும்,
கிம்பளமாம்.... ஆனால்,
அதே சாலையில் ஆடுகளை
ஓட்டிச் செல்லும் இவர்களுக்கு...
கூலி கூட சரிவர இல்லை.......

இனியாவது.....ஏரெடுத்து பாருங்கள் ,
ஏர் இழுக்கும் ஏழையின்,
ஏமாளி வாழ்வை...

கொ.ரா.ஆனந்தி

மேய்ப்பனின் துயரம்

பாமரனின் கல்வி கிடைக்காமல்...

படித்தவர்களின் உதவி இல்லாமல்...

தன் வாழ்வாதாரத்திற்காக போராடி...

சிறு கிணறுகளில் நீராடி...

அந்நீரை ஆடுகளுக்கு கொடுத்து...

அவற்றை ஆபத்திலிருந்து பாதுகாத்து...

மேய்ச்சலுக்கு அழைத்து செல்வான்!

அவற்றை இதமாக அணைத்துக் கொள்வான்!!

தாய் போன்ற அன்பை ஆடுகளுக்குக் காட்டி...

உணவு, நீர் தந்து அவற்றை தேற்றி...

தினமும் பண நெருக்கடியால் வாடுவான்!

தினம்தினம் தன் வாழ்வாதாரத்தை தேடுவான்!!

வெளி உலகை காணாமல், தன் ஆடுகளோடும்,

வறுமையோடும் போராடுபவனின் அறியாமையைப்

போக்க வரும் ஆசான் யார்?!

வி. அபிஷா

கிடையர்களின் குரல்

வளர்ப்புப் பிராணியான ஆடுகள்தான்

வாழ்வாதாரமாக திகழ்கிறது கிடையர்களுக்கு.

தான் தங்கும் இடத்தருகே

தனியிடமும் அமைத்தனர் ஆடுகளுக்கு.

வெயில்மழை பாராமல் மேய்ப்பவர்களுக்கு

வெகுமதியாய் வேதனைகள்தான் கிடைக்குது.

விடுப்பு இன்றி மேய்ப்பதால்தான்

வயிறு நிறைந்து வாழுது.

அண்டை காடுகளுக்குத் தவறி சென்றால்

சண்டைகள் பல இங்கு வந்திடுமே.

ஏற்ற இறக்கம் நிறைந்த வாழ்வுதனில்,

ஏளனமான தொழிலென்று எதுவும் இல்லையே!!.

உயிர்த்தெழு நதியா

இறைவனின் தூது

வயிற்றில் பத்துமாதம்!
வளர்ப்பில் சிலகாலம்!
வாழ்ந்துகொள்வான் வாயுள்ளவன்!
வலி வருகினும்
வார்த்தை எனினும்
வெளிக்காட்ட இயலா
வாயில்லா ஜீவனுக்கு?

வாழும்களம் ஏதோ?
வாழும்காலம் யாதோ?
வறுமையின்றி பசிகண்டு
வயிற்றை நிறைத்து
வள்ளல் குணம்படைத்து

கால்நடை உயிர்காக்கும்
கருணைமிக்க கதாபாத்திரம்
இடையனின் மனது! - அதுவே
இறைவனின் தூது!

மாயாதி

ஆயன் வாழ்வு

32

தினம் கிடைக் காட்டி பார்த்தவன்

தினம் அதை பொத்தி பார்த்தவன்

அதன் தேவையை எண்ணில் புரிந்தவன்

அதை கொண்டு உலகம் சுற்றுபவன்

இன்னும் தன் சிசுவின் எண்ணம்

பல வண்ணம் தர முடியவில்லையே

பல இடங்கள் திரிந்தவன் இன்னும்

பல மொழிகள் தெரிந்தவன் ஆனால்

பள்ளி மட்டும் காணவில்லையே ஏனோ

பணமும் இனமும் நடத்தும் சதியோ

இன்று மாறுமா இல்லை என்று

என்ற எண்ணம் மாறுமா இல்லை

தன் வாழ்வு மாறுமா என

கிடைக்கூலி தினம் தினம் போராட்டமே.

ஸ்ரீதர்.ரா

தீராத தேவைகள்

எழுதுகோலை ஏந்தும் மகனோ...

    கையில் கோலை ஏந்தி செல்ல!

கூலி வேலை செய்யும்...

    துணைவி மனதுயரில் வாட!

வங்கிதோரும் வாங்கிய...

    கடன் தொல்லை என்று தீர?

கூரை தாண்டி கொட்டும் மழையில்

    என்குடியை எங்கு சேர்க்க?

பட்டியில் உள்ள குட்டியை

    மழையில் எங்ஙனம் காக்க?

மேய்த்து வளர்த்த கிடையை

    நல்விலைக்கு நானும் விற்க! வறுமை தீருமென

எண்ணிணேன்...

விற்ற விலையை தாண்டி

    தேவைகள் இங்கு உள்ளதே...

தீரா தேவைகளோடு நான்
P.Meenakshi Akila

தேடும் விழிகள்

அர்த்தராத்திரியிலே ஆட்ட பாக்கயிலே அவளோ

அலரையில

ஆறுகுட்டிய கானோம்ல ஆராய்ஞ்சி பாக்கையில

இரட்டை பிறந்த செவத்த குட்டி இரண்டு

இவசித்திக்கு பொறந்த கருத்தக்குட்டி நாலு

பக்குவமா நானிருந்து பாத்து வச்ச

குட்டிகளா பாசம் மறந்து ஓடிடுச்சோ

பதபதச்சு நிக்கிறேனே

பாதை தெரியலையே போதை கலையலையே

நாய் திங்க கண்டேனோ நரிதூக்க கண்டேனோ

பெத்த உசுரு கத்துதடி என்ன பதில் வச்சுருக்கன்

எவ வீட்ட தேடி நிப்பன்

உள்ளம் உருகிடுச்சு

ஒரு தாயி குட்டி அஞ்சு

மெல்ல பாக்கயில மேருமலை பாதையிலே

மேய்ஞ்சு நிக்கு தோ மாயன் பெரு மானே!

நா.வசந்தி

உழைக்கும் வர்க்கத்தினர்

ஆட்டின் வயிற்று பசி தீர்ந்தால் தன்னுடைய
குடும்பத்தை பசியாற
வைக்க முடியும்,
காலை உணவு உண்டோ இல்லை
அதனை முடிந்த கையோடு
ஒரு பையில்,தூக்குவாளியில்
பழையசோற்றை எடுத்து கொண்டு
தண்ணீர் பாட்டில் கையில் கம்போடு
கிளம்பிவிடுகின்றனர்,
ஊதியம் மிக குறைவுதான்!
சிறுவயதிலேயே இதில் ஈடுபடுகின்றனர்
வயதான காலத்தில் கூட பல கிலோமீட்டர்
மேய்ச்சலுக்கு நடந்தே செல்கின்றனர் ..
அதனை பார்த்தால் மனது கனக்கிறது,
வயலில் கூடாரம் அமைத்து பல
விஷபூச்சிகளுக்கு நடுவேதான்
வாழ்கிறார்கள் தன்மானகாரர்கள்,
இயற்கைசீற்றங்களால் ஆடு இறந்தால்
அரசு பணம் கொடுத்தால்
நன்றாக இருக்கும்!
போதாத பணம் இதை வைத்து
எப்படி வாழ்கிறார்கள் என தெரியவில்லை?
இனிமேல் ஆடுமேய்ப்பவர்களை பார்த்தால்
மனதினுள் தனிமரியாதை தான் வருகிறது
அவர்கள் படும் இன்னல் அளபெரியது!!!.

பா.சபீரின் சுகைனா.

கிடப்பில் இருக்கும் கிடைக்காரன்

36

அவதியொடு அவலத்திலும் அடைந்து கிடந்து

ஒல்லி உடம்பில்

ஒட்டிய வயிறாய்

ஒளியிழந்த கண்களோடு

ஓட்டிச் செல்கிறார்

கிடை ஆடுகளை

சேரோடு சேர்ந்து

இடைக் கஞ்சிக்கு கூட

இடைவெளி இல்லாமல்

கிடைக்குப் பசியாற்றிட பயணித்தும்

கிடைக்காரன் என்று கூறி

கிடப்பில் தள்ளிய

எனக்கு என்

கஷ்டம் இன்னும் தீரலையே??

ரா.சந்தியா

என்வாழ்வின் அவலநிலை

மேய்ச்சலுக்கு செல்லும் ஆடுகள் முன்பே, தினம்
என் கனவுகள் களைகிறது காகிதகாதலும் பின்னே.
சூரியனும், நெருஞ்சி முற்களும்,
மூலிகைவாசமும் எனைத் தழுவிச் செல்ல
உழைக்கிறேன் உறங்காமல் ஒரு பாசோற்றுக்காக...
தாகத்தில் நான் தவிக்க, தன்தாகம்
தீர்த்துக் கொள்கிறான் கதிரவன்,
நிம்மதியான உறக்கம் வேண்டி நான் உறங்க
உழைத்தவன் இரத்தம் உரிஞ்சிகிறான் எளியவன்.
கல்விகற்க என்குழந்தை செல்ல
வேடிக்கையாகிறது என்தொழில் மேலோர்க்கு,
இனிஇன்னல்களை ஏதும்உன்டெனில்
அவைதெரியுமா உந்தன் பார்வைக்கு..

ச. பாலகுமார்

ஆடு மேய்ப்பவர்கள் நிலை

ஆடு மாடு கோழி வளர்த்தாலும்
என் அன்பை மறக்கவில்லை
இங்கே என் அன்பை புரிந்து கொள்ள
ஆண்டவனும் தயாராக இல்லை
நாலு வளர்த்தாலும் என் கிடாயை
காணவில்லை என்ற பரிதவிப்பு
பட்டம் பெறாத என்னிடமும்
பறித்து விட்டார்கள் அந்த கொள்ளையர்கள்
இச்சமுதாயம் ஆடு மேய்ப்பவன் தானே
என்று எனனை ஒதுக்க
நானோ என் வறுமையை நினைத்து
வாடுகிறேன் வருந்தினேன் வாழ வழியில்லாமல்
ஆயர்களின் அவலநிலை ஆண்டவனுக்கும்
வரக்கூடாது
இருப்பினும் என்னைப் போன்றவர்கள் - வாழ
வழி இல்லாமல் பலரை
எண்ணி நிற்கிறார்கள்!

கவிச்சுடர் சு.பத்ம பாலா

ஆடு மேய்ப்போன் மனசிலே

ஒரே ஒரு வேளை சோற்றை

வயிற்றுக்கு இட இந்த பாடு

எப்படியேனும் கஷ்டப்பட்டு உழைத்து வாழணும்

வயக்காட்டில் வரப்பிலே நடத்தலே இன்பம்

பகல் பொழுதில் பசியாத்துகிறேன் ஆடுகளுக்கு

இராப்பொழுதிலே ஒரு பிடி சோத்துக்காக

பட்டினியில் அடைப்பது ஆடுகளையா ஆசைகளையா

அப்பன் வாங்கிய கடனுக்கு நான்

அக்கா திருமணத்திற்கு என்னாசை அடகு

எவனோ செல்வந்தன் ஆனான் என்னால்

லட்சுமி ஆ.தென்னரசு

பார்க்க வேண்டும் பாரதமே

மேய்ப்பர்கள் எங்களை

பாரதா ?

பாரதமே

எங்களின் நிலைமைக்கு சற்று

செவியாயுங்கள்

பட்டி இட்டு வாழ்ந்தோம்

பட்டியலிட்டு பாடு பட்டோம்

கால்நடைகளை காவல் தெய்வமாய்

காத்து காதல் செய்கிறோம்

அறை வயிற்றிக்கு அண்டி பிழைக்கும்

எங்களை பார்க்க வில்லை என்றாலும்

பாவம் ஐந்து அறிவு கொண்ட

எங்கள் பிஞ்சு குழந்தைகளுக்காக

செவி சாயுங்கள் பாரதமே !

கவிராஜ்

அன்றாடம் காய்ச்சி

ஆடு மேய்க்கும் அழகம்மா

அவசரமாக ஓடுறாலே

திருட்டு மாங்கா பறிக்கையில

திசை மாறிப்போன ஆடு ஒண்ணு

பக்கத்து வீட்டு

பழனியப்பன் நிலத்துல நிக்குதுண்ணு

என் தங்கம் கறுப்பிக்கு

எத்தனை இருதாலும் பத்தாது

எதுத்த வீட்டு மாரிமுத்து

சோலக்கருது தான் இனிக்கும்

ஓடி ஓடி கால் வலிக்க

பொழுதுசாய பொட்டல்காடு இருட்ட

வீடு திரும்பி வருகையில

விறகு சுமை தலையோட

அன்றாடம் காய்ச்சியாய் விடியுதடி

அடுத்தநாள்!

ப. ஜீவிதா

வரு(மான(ம்))த்தை தேழியே வாழ்க்கை

ஆடு மேய்ப்பவன்
என்றபோதும்! - என்னில்
தாழ்வில்லை!
சுற்றியுள்ளவன் ஏளனம்
பாடாத வரை!

வறுமையின் கொடுமையால்
விளைந்த வாழ்க்கை! - கல்வி
செல்வத்தை கண்ணால்
காண முடிந்தது! - கற்க
முடியவில்லையே!

சகமனிதனைக் மனிதனாக கூட
எண்ண மறந்த சமூகத்தில்!

நான் (ஆடு மேய்ப்பன்)
எதிர்த்து
பேசுவது எங்கே?
என் நியாயத்தையே எடுத்துரைக்க
இயலாத சூழ்நிலையில்!

வி.மகாலட்சுமி

பஞ்சத்திலும் நெஞ்சத்திலோர் மகிழ்ச்சி

கூழ் குடித்துக் கிடந்தாலும்

ஆடுகளுக்குப் புல்லளித்துப்

பசியாற்றி பாதுகாப்பாய் வளர்த்து;

தளர்ந்தால் துடித்து;

மீண்டும் நன்னிலை அடையும் வரை போராடி;

வாட்டும் வானிலையிலிருந்து மீட்டு –

வளர்பதிலொரு அயர்ச்சி கண்டாலும்

துள்ளி குதித்தோடும் ஆடுகளைக் காண்கையில்

ஆனந்தத்தில் பொங்கும் வளர்ப்போரின் மனம்!

சா. த . ரேணுகா

இடையர்

ஆட்டோடுத் திரிந்து...
கிடையோடு கிடந்து...
இராப்பகலாய் காத்து...
கால்கடுக்க மேய்த்து...
காடுமேடெல்லாம் அலைந்து...
கஞ்சிக்காக உழைத்து...
கால்வயிற்ற நிரைத்து...
கைகாசுப் பிடித்து...
குடும்பத்துக்கு கொடுத்து...
எச்சத்த எடுத்து...
தெம்பில்லாக் குட்டிக்கு
புட்டிப்பால் வளர்த்து...
நோயண்டாது பராமரித்து...
திருடனுக்கு பயந்து...
உச்சிவெயிலுலயும்... ஊதக்காத்துலயும்...
கொட்டும் மழையுலயும்...
கிடையோடுக் கிடக்கும்...
இடையன் ஐயா...
இயற்கையோடும்...
இருப்பில்லாக் கையோடும்...
இறுதிவரப் போராடும் எளியோன் ஐயா..!

R. கண்மணி, (கவிகாதலி)

விளிம்பு நிலை மக்கள்

45

இந்தியாவில் வறுமைக்கோட்டின்கண் வாழும்

கிராம மக்களின் செல்வம் ஆடுகளே!

வாழ்வாதாரமாகத் திகழும் அவைகளைப்

பாரமரிப்பதில் பல இன்னல் நிறைந்தே!

மழையும் சுட்டெரிக்கும் வெயிலும்

அவர்களின் வாழ்வில் ஒன்றே!

படிப்பறிவில்லாமல் கடைக் கோடியில்

வாழும் அவர்கள் நவீன உலகிற்கு

வெகு தொலைவில் உள்ளனரே! அறிவாரோ!

ரா.கதிரவன்

ஆடு மேய்ப்போரின் வறுமை

46

காடுகள் கடந்தே
கவலைகள் தீருமோ
காப்பாய் கதைப்பாய்
இறைவா என்னையே!

கருவறை இருந்தே
மலைகளில் தவழ்கிறேன்
ஆடுகளோடு அன்பாய்
உறவாடி மகிழ்கிறேன்!

வெறுமை வறுமையிலா
பணமில்லை இங்கே
நல்லதொரு தோழனாய்
ஆடுகள் எமக்காய்!

முற்களும் பாதத்தில்
முதிர்ச்சியும் உடலிலே
இயற்கை நடைபோட்டு
மனதில் இளமையோடுது!

வறுமைக் கோட்டுக்கு
விதிவிலக்காய் நானோ
மனதின் நிறைவுண்டு
மதியில் குறையில்லை!

ம.சுதா கவி

பிள்ளை மழ

47

விடியல்   கொள்ளும் புதுமை

மாற்றம் இல்லை எனும்

பச்சை வானில் — எங்கள்

வெள்ளை மேங்கள் அசைந்தாடும்

காட்சி மனத்தின் இறுக்கம்

களைந்து ஆறுதல் ஆற்றும்

பொழுதும் நூறும் பெயரிட்டு

கொஞ்சி மடியோடு அனைத்து

உறவாய் வளர்க்கும் எங்கள் — அரை

காய்ந்தும் நெஞ்சம் நிறைந்திருக்கும்

சூர்யா சிவன்

49

50